# LÆTTU ÍSUPPLÝSIN

100 sætar uppskriftir fullar af hugmyndum og litum

Lukka Blöndal

© Höfundarréttur 2022. ALLUR RÉTTUR ÁKVEÐUR Þetta skjal miðar að því að veita nákvæmar og áreiðanlegar upplýsingar um það efni og málefni sem fjallað er um. Ritið er selt með það fyrir augum að útgefanda sé ekki skylt að veita bókhald, opinbera leyfða eða á annan hátt hæfa þjónustu. Ef ráðgjöf er nauðsynleg, lögfræðileg eða fagleg, ætti að panta starfandi einstakling í faginu.

Það er á engan hátt löglegt að afrita, afrita eða senda nokkurn hluta þessa skjals hvorki á rafrænan hátt né á prentuðu formi. Upptaka þessarar útgáfu er stranglega bönnuð og öll geymsla á þessu skjali er ekki leyfð nema með skriflegu leyfi frá útgefanda. Allur réttur áskilinn.

**Viðvörun Fyrirvari,** upplýsingarnar í þessari bók eru sannar og fullkomnar eftir því sem við best vitum. Öll meðmæli eru sett fram án ábyrgðar af hálfu höfundar eða söguútgáfu. Höfundur og útgefandi afsala sér ábyrgð og ábyrgð í
tengingu við notkun þessara upplýsinga

## Efnisyfirlit

INNGANGUR .................................................................. 9

ÍSUPSKRIFT .................................................................. 10

1. Vanilluís .................................................................. 10

2. Súkkulaðiís .................................................................. 12

3. Stracciatella ís .................................................................. 13

4. Smákökur * n * ís .................................................................. 14

5. Valhnetuís með hlynsírópi .................................................................. 16

6. Frosin jógúrt með sítrónuís .................................................................. 18

7. Bananaís - mjög rjómalöguð .................................................................. 20

8. kanilís .................................................................. 22

9. Jarðarberjaís .................................................................. 23

10. Nutella ís .................................................................. 25

11. Svartur súkkulaðiís .................................................................. 26

12. Hindberjaís .................................................................. 28

13. Piparmyntuís .................................................................. 29

14. Rocher ís .................................................................. 31

15. Rjómalöguð frosin jógúrt .................................................................. 33

16. Rjómalöguð súkkulaðiís .................................................................. 35

17. Frískandi basilíkuís .................................................................. 37

18. Brómberjaís með jógúrt ............................................. 39
19. Rjómalöguð sítrónuís ................................................ 41
20. Jógúrt, vanillu og rjómaís ....................................... 42
21. Hunang - vanilluís ................................................... 43
22. Sítrónusorbet .......................................................... 45
23. Bananasplit ............................................................. 47
24. Heslihnetuís ............................................................ 49
25. Íspönnukökur .......................................................... 51
26. Bláberjaís ................................................................ 53
27. 5 mínútna ís ........................................................... 54
28. Ískaffi ..................................................................... 55
29. Vatnsmelónuís ........................................................ 56
30. Jólaís ...................................................................... 58
31. Marilyn ís ............................................................... 60
32. Steiktur ís .............................................................. 62
33. Vínarískaffi ............................................................. 63
34. Appelsínuís ............................................................. 65
35. Valhnetuís ............................................................... 67
36. Kanillís ................................................................... 68
37. Sýrður rjómaís ........................................................ 70

38. Sítrónujógúrtís ............................................................ 71

39. Jógúrt og kirsuberjaís ............................................... 73

40 Piparkökuís ................................................................ 74

41. Sojamjólk og vanilluís ............................................... 76

42. Bananamolar ............................................................ 77

43. Heimalagaður kaffiís ................................................ 79

44. Nektarínusorbet ....................................................... 81

45. Kókosís .................................................................... 83

46. Ís með ávöxtum ....................................................... 84

47. Sítrónuís .................................................................. 85

48. Smjörmjólkurís ......................................................... 87

49. Soy Gurt ís ............................................................... 88

50. Ávaxtaís á priki ........................................................ 89

51. Jógúrtkirsuberjaís .................................................... 91

52. Eggjahrísgrjón ......................................................... 92

53. Diet ís með Stevia ................................................... 93

54. Raspberry curd ís .................................................... 95

55. Ávaxtaríkur jarðarberjasorbet ................................. 96

56. Eldarblómaís ............................................................ 98

57. Rjómaostaís ............................................................. 99

58. Elding jarðarberjaís .................................................. 100

59. Jógúrtsorbet ........................................................... 101

60. Rifsberjasorbet ...................................................... 103

61. Súkkulaði og hnetur fullkomið .............................. 104

62. Oreo ís ................................................................... 106

63. Vanillu kókos möndluís ......................................... 107

64. Jarðarberjamjólkurís ............................................. 109

65. Bananaíssúkkulaði með heitri kókosfroðu ........... 110

66. Rúsínujógúrtís ....................................................... 111

67. Fljótur Nutella ís ................................................... 113

68. Rjómalöguð döðluís .............................................. 114

69. fín súkkulaðisósa .................................................. 116

70. Epli og kanilís ....................................................... 118

71. Hindberjakókosís .................................................. 120

72. Fljótur jarðarberjaís með basil ............................. 122

73. Hnetusmjörsís ....................................................... 124

74. Jarðarberjamyntusorbet ...................................... 125

75. Bananamandarínuhristingur með ís .................... 127

76. Banana- og mangóís ............................................ 129

77. Mjólkurís ............................................................... 131

78. flamberaðir bananar .................................................133

79. Nutella ís á priki ......................................................134

80. Grænn bananaís .....................................................135

81. Berjaþeyttur rjómaís ..............................................136

82. Ávaxtaríkt súrmjólk með ís ....................................138

83. Súkkulaðimjólkurhristingur ....................................139

84. Grasker parfait ......................................................140

85. Frosin kaffimús ......................................................141

86. Pistasíuís á hlaupi .................................................143

87. Kókosís úr kvarki ...................................................145

88. Blóðappelsínusorbet með grænu epli ..................146

89. Jarðarberja- og hindberjaís ..................................147

90. Jarðarberjaís með rommi .....................................149

91. Hvítur kaffiís ..........................................................151

92. bakaður ís .............................................................153

93. Ávaxtateís .............................................................155

94. Sýrður rjómaís ......................................................157

95. Hvítur súkkulaðiís .................................................158

96. Sýrður rjómaís ......................................................158

97. Appelsínutruffluhrísgrjón .......................................160

98. Lime truffluís ...........161
99. Plómu- og appelsínuís ...........162
100. Vanilluís með pistasíuhnetum ...........164

# KYNNING

Gerðu-það-sjálfur ís er hressandi skemmtun. Ímyndunarafl þitt og smekkur eiga sér engin takmörk. Þó vanillu- og súkkulaðiís séu vinsælustu bragðtegundirnar ættir þú líka að gera tilraunir með nýjar bragðtegundir. Hvað með bragðmikinn ís, til dæmis? Að öðrum kosti gætirðu búið til heimabakað íslög, ískötu eða bakaðan ís.

Ef þú hefur einhvern tíma haft áhyggjur af því að þú gætir ekki fengið sem mest út úr ísvélinni þinni skaltu láta þá óttast hvíla. Ísuppskriftir innihalda bragðefni eins og lavender, kastaníuhnetur, rabarbara og Earl Grey te. Jafnvel vanilluís frá Weinstein er ekki leiðinlegur, með bragðtegundum eins og Vanilla Crunch, Vanilla Rose og Vanilla Cracker Jack. Það eru líka slatti af léttum, hressandi sorbet og granítuuppskriftum með bragði eins og Apple Chardonnay, Kókos og Kiwi. Ljúktu með uppskriftum höfundar að heimagerðum sósum. Ísbókin hefur allt sem þú þarft til að gera hvaða tilefni sem er aðeins sætara, hvort sem það er sérstakt tilefni eða miðnætursnarl.

# ÍSUPSKRIFT

1. Vanilluís

**Hráefni**

- 400 ml af sætum rjóma
- 250 g mascarpone ostur 3 eggjarauður
- 1 vanillustöng (s), kvoða þinn
- 100 g af sykri
- 2 stykki af vanillusykri **undirbúningi**

1. Setjið eggjarauður í hátt ílát. Hellið rjómanum út í og hrærið kröftuglega með sleif. Skafið vanillustöngina út og bætið kvoðu, sykri og vanillusykri saman við. Blandið með hrærivél á hæstu stillingu í um 30 sekúndur.

2. Bætið mascarpone út í og hrærið kröftuglega. Frystið blönduna í ísvélinni.

## 2. súkkulaðiís

**hráefni**

- 100 ml mjólk
- 50 g dökkt súkkulaði (70% kakóinnihald)
- 50 g súkkulaði, nýmjólk
- 200 g rjómi
- 1 tsk flórsykur

**undirbúningur**

1. Hitið mjólkina upp. Bræðið súkkulaðið í því og látið það kólna. Þeytið rjómann með flórsykrinum þar til hann er hálfstífur. Hrærið kælda súkkulaðimassann út í kremið. Hellið blöndunni í ísvélina og frystið samkvæmt leiðbeiningum framleiðanda.

## 3. Stracciatella ís

**hráefni**

- 200 ml þeyttur rjómi, laktósalaus
- 100 ml mjólk, 1,5%, laktósalaus varanleg mjólk
- 30 grömm af sykri
- 1 poki/n af vanillusykri
- 1 klípa (s) af salti
- 30 g súkkulaðibitar, dökkur **undirbúningur**

1. Frystið ísvélina í 24 klst.
2. Notaðu matvinnsluvél eða handþeytara til að þeyta rjómann þar til hann er hálffastur. Bætið við sykri, vanillusykri og salti. Hrærið að lokum mjólkinni út í.
   Kældu ísmassann í kæliskáp í 2-4 klst.
3. Undirbúðu ísvélina, kveiktu á henni og helltu ísmassanum í gegnum áfyllingaropið. Hrærið í

15-30 mínútur, allt eftir vél og æskilegri stífleika. Að lokum er rifna súkkulaðinu bætt út í smám saman. Borðaðu ísinn strax eða frystu aftur.

4. Vegna súkkulaðsins er ísinn ekki 100% laktósafrír. Hins vegar, þar sem aðeins 30 g af súkkulaði eru notuð fyrir 2 manns (magn gerir 4 mæliskeiðar), ætti laktósainnihaldið að vera mjög lágt.

4. Smákökur * n * ís

**hráefni**

- 100 ml mjólk, köld
- Vanilludropar
- 400 g þétt mjólk, sætt (mjólkurfreyja)

- 1 klípa (s) af salti
- 500 ml þeyttur rjómi
- 10 kex (súkkulaðibitakökur), **mulningur**

1. Blandið mjólkinni, vanilluþykkni, þéttri mjólk og salti saman í skál. Þeytið rjómann þar til hann er stífur og hrærið mjólkurblöndunni varlega saman við. Að lokum er mulið súkkulaðikexinu varlega blandað saman við (helst auðvitað upprunalegu amerísku oreo kexinu).
2. Setjið blönduna í grunna málmskál í frysti.
3. Hrærið á klukkutíma fresti þar til ísinn er orðinn stinnari. Það tekur að minnsta kosti fjóra tíma.
4. Ef þú borðar ekki ísinn í einu mun hann vera í lokuðu plastskálinni í kistunni í um það bil viku.
5. Þetta er uppskrift fyrir þá sem ekki eiga ísvél. Það er ekki eins rjómakennt og ís úr vélinni – en samt bragðgott og (vegna rjómans) líka frekar kaloríuríkt.
6. Ef þú átt ísvél geturðu minnkað rjómamagnið í þágu mjólkur.

## 5. Valhnetuís með hlynsírópi

**hráefni**

- 2 eggjarauður
- 120 g sykur
- 1 vanillusykur
- 100 g valhnetur
- 250 ml mjólk
- 200 g þeyttur rjómi
- 4 cl hlynsíróp **undirbúningur**

1. Hrærið eggjarauður og sykur saman þar til það er rjómakennt. Hitið mjólkina, bætið við eggja-sykurblönduna og hrærið vel. Hitið blönduna aftur þar til eggjarauðan bindist, leyfið henni ekki að sjóða. Kælið vel, helst yfir nótt í kæli.

2. Saxið valhneturnar, ristið þær létt á pönnunni og látið þær kólna. Bætið þeyttum rjóma, valhnetum og hlynsírópi út í kældu blönduna og setjið í ísvélina. Blöndunartíminn fer eftir vélinni.

## 6. Frosin jógúrt með sítrónu-ís

**hráefni**

- 800 g jógúrt, grísk
- 300 g af sykri
- Sítrónu(r), safinn af henni, úr einum af rifnum hýði
- 1 klípa (s) af salti
- 1 tsk vanilluþykkni **undirbúningur**

1. Blandið öllu hráefninu saman og setjið í ísvél. Frystið síðan í plastíláti í að minnsta kosti 10 klukkustundir áður en það er neytt.
2. Ef þú átt ekki ísvél geturðu fryst ísinn í plastílátinu í 3 klst. Þá er hálffrosinn ísinn brotinn. Þetta er endurtekið svona 4-6 sinnum þannig að ísinn verði virkilega rjómalöguð.

## 7. Bananaís - mjög rjómalöguð

**hráefni**

- 400 g banani (nafnorð)
- 1 msk sítrónusafi
- 150 g sykur
- 200 g rjómi
- 50 g **mjólkurtilbúningur**

1. Maukið bananana og dreypið sítrónusafanum strax yfir (komið í veg fyrir að þeir verði svartir). Blandið vel saman við afganginn af hráefnunum og hellið rjómanum í ísvélina.
2. Ísinn er góður og rjómalögaður jafnvel án ísgerðar í frystinum.
3. Hægt að nota frábærlega sem afgang fyrir banana sem hafa verið keyptir of mikið - því

þroskaðri sem bananarnir eru því bragðmeiri eru þeir.

## 8. kanilís

**innihaldsefni**

- 200 ml af mjólk
- 200 g af sætum rjóma
- 150 g) sykur
- 1 klípa (s) af salti
- 6 teskeiðar af kanildufti, meira eða minna

**eftir smekk undirbúnings**

1. Blandið mjólkinni saman við rjómann, sykri og salti. Blandið kanilnum vandlega saman við. Undirbúið ísinn í ísvélinni eins og venjulega.

## 9. Jarðarberjaís

**hráefni**

- 300 g ber, frosin
- 1 msk vanillusykur
- 2 msk flórsykur
- 250 ml rjómi, vel kældur **undirbúningur**

1. Setjið frosnu berin (jarðarber, hindberja, berjablöndu, ...) í Tupperware Quick Chef með skurðarinnlegg og maukið varlega. Það er ekki auðvelt í fyrstu, en vinnan er þess virði.

2. Þegar berin eru orðin nægilega maukuð, hrærið afganginum saman við og blandið vel saman. Berið fram strax án þess að frysta.

3. Ábending: Ég set sæta rjómann inn í frysti í ca 1/2 klst fyrir undirbúning svo hann frjósi ekki, en hann verði mjög góður og kaldur.

## 10. Nutella ís

**hráefni**

- 1 bolli sætur rjómi
- 2 Nutella **undirbúningur**

1. Setjið hráefnin í lokað bikarglas og hristið vel þannig að hráefnin blandast vel saman án þeytts rjóma. Hellið svo hinum enn fljótandi massa í frysti og frystið. Ísinn má síðan borða allan í einu eða taka hann út í skömmtum.

## 11. Svartur súkkulaðiís

**hráefni**

- 1 súkkulaðistykki (að minnsta kosti 70% kakóinnihald)
- 100 ml mjólk, (nýmjólk)
- 4 msk kakóduft, (bökunarkakó)
- 5 msk flórsykur eða meira
- 2 dropar af rommbragði, mögulega 1 matskeið af brúnu jamaíska rommi
- 1 pakki af vanillusykri, (bourbon vanillu)
- 1 bolli af þungum rjóma **undirbúningi**

1. Hitið mjólkina og bræðið dökka súkkulaðið í henni. Mjólkin þarf ekki að sjóða þar sem uppskriftin inniheldur ekki eggjarauður. Bætið kakódufti og flórsykri saman við. Blandið með þeytara þar til það er slétt, hrærið síðan ísvatni

út í þar til það er kalt. Þegar súkkulaðiblandan hefur kólnað er rjóminn þeyttur þar til hann er stífur og blandaður saman við.
2. Setjið kremið í ísvélina í um 25 mínútur.

## 12. hindberjaís

**hráefni**

- 250 g hindber (frosin)
- 50 g sykur
- 200 g rjómi
- Hugsanlega. Brotinn **undirbúningur**

1. Setjið frosin hindberin, sykur og rjóma í háa hrærivélaskál og látið standa í 10 mínútur. Maukið blönduna með hrærivél eða handblöndunartæki og skiptið henni í 4 eftirréttarskálar. Ef þú vilt getur þú stráið smá brothættu yfir ísinn.

## 13. Piparmyntuís

**hráefni**

- 3 eggjarauður
- 50 grömm af sykri
- 200 ml af mjólk
- 300 ml af rjóma
- 100 ml síróp, (piparmyntu síróp)
- 10 stykki (s) sælgæti, (Eftir

Átta) **undirbúningur**

1. Þeytið eggjarauður með sykrinum í skál.
2. Þeytið blönduna saman við mjólkina í heitu vatnsbaði þar til hún er kremkennd. Hrærið vel og látið það ekki verða of heitt, annars frýs eggið. Látið rjómamassann kólna og hrærið piparmyntusírópinu saman við.

3. Þeytið rjómann næstum stífan, skerið after eight í bita og blandið báðum saman við blönduna.
4. Gerðu blönduna í um það bil 20 mínútur. Færið svo yfir í ísvél. Í ísvélinni okkar var hann tilbúinn eftir ca 45. Ég fyllti svo ísmassann í lokhæft plastmót og setti aftur inn í frysti í 2 - 3 tíma.

## 14. Rocher ís

**hráefni**

- 3 eggjarauður
- 75 grömm af sykri
- 250 ml vettvangur
- 250 ml mascarpone ostur
- 75 g heslihnetur
- 5 Nutella **undirbúningur**

1. Þeytið eggjarauður með sykrinum í vatnsbaði þar til þær verða kremaðar í nokkrar mínútur, blandan tvöfaldast og verður létt. Hrærið svo mascarponeinu út í. Þeytið rjómann þar til hann

er stífur og blandið saman við. Setjið blönduna í ísvélina í um 25 mínútur.
2. Í millitíðinni ristið heslihneturnar á pönnu á eldavélinni. Settu það síðan í handklæði og nuddaðu þunnu dökkbrúnu húðina af. Saxið heslihneturnar gróft, ekki of smátt.
3. Látið Nutella bráðna í skál í vatnsbaði eða setjið í örbylgjuofn í stuttan tíma.
4. Fylltu 1/3 af tilbúnum ís úr ísvélinni í frysti, stráðu síðan 1/3 af söxuðu heslihnetunum yfir og stráðu 1/3 af fljótandi Nutella yfir. Settu svo annað lag af ís á það og haltu áfram eins og venjulega með heslihneturnar og Nutella.
5. Setjið ísinn í frysti og látið hann frysta í um 1 klst, mótið síðan kúlur úr blöndunni og berið fram.

## 15. Rjómalöguð frosin jógúrt

**hráefni**

- 250 g jógúrt (nýmjólk)
- 250 g rjómi
- 130 g af sykri
- 1 msk koníak eða appelsínulíkjör

**undirbúningur**

1. Hitið rjómann og sykurinn þar til sykurinn hefur leyst upp. Takið strax af hitanum og látið kólna á meðan hrært er í. Hrærið svo jógúrt og koníaki eða líkjör út í.
2. Annað hvort í ísvélinni eða í lokuðum skál í frysti. Svo að ísinn haldist mjög fínn, á 60 mínútna fresti ca. 5-7 klst svo að

ískristallarnir dreifist jafnt og verði ekki of stórir.
3. Ábending: Ef þú vilt frekar súrt skaltu nota minna af sykri.

## 16. Rjómalöguð súkkulaðiís

**hráefni**

- 3 eggjarauður
- 2 sykur
- 120 g súkkulaði
- 50 g rifið súkkulaði
- 250 ml þeyttur rjómi **undirbúningur**

1. Setjið eggjarauður, egg og sykur í skál og hrærið þar til froðukennt. Bræðið súkkulaðið að volgu hitastigi, bætið í skálina og hrærið varlega í eggjablönduna. Blandið þeyttum rjómanum út í. Blandið rifna súkkulaðinu varlega saman við. Hellið nú blöndunni út í

skál sem hentar í frysti og látið frysta í að minnsta kosti 4 klst.
2. Látið þiðna í um 15 mínútur við stofuhita áður en það er borið fram. Ísinn má svo skammta hann betur og er líka dásamlega kremaður.
3. Ábending mín: prófaðu ísinn til tilbreytingar með mismunandi súkkulaðitegundum.

## 17. Frískandi basilíkuís

ingre
þarf s

200 ml af sykri
r

- 200 ml af vatni
- 20 basilíkublöð
- 1 stór sítróna(r), ómeðhöndluð
- 1 tsk pipar (bleik pipar ber)
- 250 g jógúrt, 1,5% **undirbúningur**

1. Minnkaðu sykurinn og vatnið niður í minnkun (hreinsaður sykur) (tekur um 10 mínútur), láttu þá kólna í vatnsbaði. Hreinsið, þvoið og þurrkið basilíkublöðin. Haldið og kreistið sítrónuna. Fjarlægðu hvíta hýðina af hálfum hýði, skera fyrst í fína strimla, síðan í fína teninga. Saxið paprikuna í mortéli (ekki í rafmagnshakkara!).
2. Maukið basilíkuna fínt með sykursírópinu (helst í blandara), kryddið með sítrónusafa .

Bætið við jógúrt, sítrónuberki og pipar, hrærið í einsleitan massa.
3. Hellið í grunna skál (með loki) og setjið í frysti í að minnsta kosti fjóra tíma (hrærið á 30 mínútna fresti í upphafi) eða undirbúið í ísvélinni.

## 18. Brómberjaís með jógúrt

**hráefni**

- 300 g náttúruleg jógúrt
- 150 g brómber
- 60 g flórsykur
- smá sítrónubörkur, rifinn **undirbúningur**

1. Setjið brómberin í litla skál og stappið þau létt með gaffli.
2. Blandið jógúrtinni og flórsykrinum saman við, blandið sítrónuberkinum sem ekki hefur verið rifið saman við .
3. Ef þess er óskað, hrærið aðeins meiri flórsykri út í (blandan gæti samt birst aðeins

of sætt þegar það er ekki í kæli þar sem þetta bragð glatast nokkuð þegar það er frosið).
4. Frystið í ísvélinni, best að njóta þess strax.
5. Skreytið með ferskum brómberjum, mögulega marineruðum með líkjör, og myntu eða sítrónu smyrsl.

## 19. Rjómalöguð sítrónuís

**hráefni**

- 125 ml af vatni
- 160 g af sykri, þar af 10% dextrose
- 2 sítrónur, þar á meðal hýði
- 1 tsk af engisprettur
- 3 m. Prótein
- 1 klípa (s) af salti
- 300 ml sítrónusafa **undirbúningur**

1. Hitið vatnið með sykrinum og sítrónuberkinum, hrærið síðan karóbamjölinu út í með þeytara og látið suðuna koma upp. Takið pottinn af hellunni og látið blönduna malla í um það bil 15 mínútur og bætið svo sítrónusafanum út í.

2. Setjið nú grunnblönduna í gegnum sigti í skál til að fjarlægja steina og sítrónubörkinn. Setjið skálina í kæliskáp í um 1-2 tíma þar til blandan þykknar og er orðin köld.

3. Þeytið þrjár eggjahvítur með smá salti þar til þær eru stífar. Notaðu þeytara til að bæta eggjahvítunni við kalda sítrónuhlaupið, frystaðu síðan blönduna í ísvélinni í æskilega þéttleika. Hellið ísnum í ílát og látið hann frjósa.

20. Jógúrt, vanillu og rjómaís

**hráefni**

- 375 g rjómajógúrt, 10% fita
- 200 g rjómi

- 90 g sykur, fínni
- 10 g bourbon vanillusykur **undirbúningur**

1. Þeytið rjómann með sykri og vanillusykri þar til hann er næstum stífur. Blandið jógúrtinni saman við og blandið vel saman við rjómann.
2. Hellið blöndunni í ísvélina og látið frysta.

## 21. Hunang - vanilluís

hráefni

- 2 egg)
- 100 g hunang
- ¼ lítri af sætum rjóma

- 1 vanillustöng
- smá kanil **undirbúningur**

1. Blandið eggjarauðunum og hunanginu saman við og bætið vanillumassa og kanil saman við. Þeytið eggjahvítur þar til þær eru stífar. Bætið rjómanum út í eggjarauðu- og hunangsblönduna og hrærið eggjahvítunni varlega saman við. Færið blönduna í frystiþolið ílát og frystið. Gerir einn lítra af ís, ég tek oft tvöfalt það magn.
2. Við the vegur, þú getur líka notað 1/2 tsk af Bourbone - Vanillu ef þú ert ekki með vanillustöng við höndina, ég er búinn að gera það.

## 22. Sítrónusorbet

**hráefni**

- 600 ml af vatni
- 220 g af sykri
- 6 bitar af sítrónum (lífræn)
- 1 stykki vanillustöng, kvoða
- 2 stykki af próteini
- 2 SYKLAR

**undirbúningur**

1. Setjið vatnið og sykurinn í pott og blandið í síróp.

2. Skerið vanillustöngina eftir endilöngu og bætið deiginu út í pottinn. Rífið sítrónubörkinn smátt og blandið saman við sírópið.
3. Látið sírópið kólna og hellið í gegnum sigti. Kreistið sítrónurnar og blandið safanum saman við sírópið.
4. Stífþeytið eggjahvítu og sykur, blandið saman við og hellið í glös. Kældu glösin í nokkrar klukkustundir.

## 23. Bananasplit

**Hráefni fyrir 1 skammt**

- 0,5 stk banani
- 3 Bullet vanilluís
- 4 STK Súkkulaði rif
- 3 Spr Þeyttur rjómi
- 8 STK möndlubitar z. skreytið

**undirbúningur**

1. Setjið hálfan banana í langa glerskál. Haldið banananum eftir endilöngu.
2. Bætið Cremissimo vanilluísnum út í með ísskeið. Hellið heitri súkkulaðisósu yfir þær. Skreytið með þeyttu áleggi og sneiðum möndlum.

3. Fyrir súkkulaðisósuna: Hitið vatn að suðu í potti, setjið súkkulaðið í skál og látið bráðna yfir gufu, eða hellið einfaldlega tilbúinni súkkulaðisósu yfir.

## 24. Heslihnetuís

**Hráefni fyrir 2 skammta**

- 50 ml fljótandi sætuefni
- 2 STK eggjarauður
- 250 ml mjólk
- 60 g heslihnetur
- 300 ml þeyttur rjómi **undirbúningur**

1. Ristið heslihneturnar á pönnu við meðalhita og snúið þeim stöðugt við með sleif.
2. Um leið og hneturnar fara að lykta, takið pönnuna af hitanum og látið hneturnar kólna aðeins.

3. Myljið hneturnar fínt, látið suðuna koma upp með mjólkinni og sætið með fljótandi sætuefni, takið svo pönnuna af hellunni.
4. Þeytið eggjarauður þar til þær eru froðukenndar og hrærið út í heitu mjólkina. Bætið rjómanum út í og látið blönduna kólna í ísvatnsbaði.
5. Hrærið oftar svo að engin húð geti myndast.
6. Hellið blöndunni í ísvélina og látið frysta.

## 25. Íspönnukökur

**Hráefni fyrir 4 skammta**

- 200 ml mjólk
- 180 g hveiti
- 60 g smjör (brætt)
- 1 fals salt
- 1 klípa af lyftidufti **undirbúningi**

1. Fyrir íspönnukökurnar, blandið fyrst hveiti og lyftidufti saman við allt hitt hráefnið til að búa til pönnukökudeig og látið standa í um 20 mínútur.

2. Hitið skýrt smjör á non-stick pönnu og hellið blöndunni út í með ausu og bakið þar til gullinbrúnt - haldið heitu.
3. Fylltu pönnukökurnar með súkkulaðisósu, brjótið saman og skreytið með ísbollu. Bætið við meiri súkkulaðisósu og berið fram.

## 26. Bláberjaís

**Hráefni fyrir 4 skammta**

- 500 g bláber
- 150 grömm af sykri
- 1 Sítrónusafinn
- 1 bolli af þeyttum rjóma • 100 ml **mjólkurtilbúningur**

1. Þvoðu og flokkaðu bláber.
2. Maukið sykur, sítrónusafa og bláber með blandara.
3. Hrærið þeyttum rjóma og mjólk saman við.
4. Setjið í ísvélina í 30 mínútur.
   Berið fram með þeyttum rjóma.

## 27. 5 mínútna ís

**Hráefni fyrir 4 skammta**

- 400 g frosin jarðarber eða hindber
- 250 ml þeyttur rjómi
- 

  Sykurundirbúning

ur _

1. Þeytið fyrst rjómann þar til hann er stífur.
2. Setjið frosna ávexti og sykur í blandarann og blandið vel saman.
3. Blandið rjómanum saman við og hrærið allt þar til það verður rjómakennt.
4. Borðaðu ísinn strax eða ef þú vilt hafa hann harðari skaltu setja hann í frysti í allt að klukkutíma.

## 28. Ískaffi

**Hráefni fyrir 1 skammt**

- 1 botn af súkkulaðiflögum til skrauts
- 0,25 l kaffi
- 100 g þjónn
- 3 skeiðar af vanilluís

**undirbúningur**

1. Búðu til sterkt kaffi og láttu það síðan kólna.
2. Notaðu ísskeið til að hella vanilluísnum í hátt, mjót glas eða sundae. Hellið á kalt sterkt kaffi.
3. Þeytið rjómann með hrærivélinni þar til hann er stífur. Hellið svo þeyttum rjóma yfir ísinn, stráið nokkrum súkkulaðiflögum í viðbót yfir og berið fram.

## 29. Vatnsmelónuís

**Hráefni fyrir 4 skammta**

- 2 Hlynsíróp
- 0,5 STK vatnsmelóna
- 180 ml súrmjólk
- 1 Sítrónusafi **undirbúningur**

1. Fyrir vatnsmelónuísinn skaltu fyrst afhýða melónuna, fjarlægja steinana og skera í teninga.
2. Blandið svo hlynsírópinu, sítrónusafanum og súrmjólkinni saman við melónubitana og maukið í handþeytara.

3. Hellið blöndunni annað hvort í ísvélina eða setjið hana í frysti í nokkrar klukkustundir.

## 30. Jólaís

**Hráefni fyrir 6 skammta**

- 250 ml mjólk
- matskeiðar af flórsykri
- 1 msk hnetanúggatkrem
- 1 msk kanill (húðaður)
- 15. G piparkökukrydd
- 2 pakkar af þeyttum rjóma
- 2 pakkar af vanillusykri
- msk hunang
- 1 flaska af rommbragði

**undirbúningur**

1. Hitið mjólkina ásamt flórsykrinum og hnetanúggatrjómanum í potti við meðalhita og hrærið stöðugt í þar til hnetanúggatkremið er alveg uppleyst.
2. Bætið þá kanil og piparkökukryddi út í og hitið í stutta stund að suðu aftur - takið svo pottinn af hellunni og látið mjólkurblönduna kólna.
3. Blandið nú þeyttum rjómanum saman við vanillusykur vel og þeytið þar til það er stíft. Kældu piparkökunúggatmjólkinni er nú bætt hægt og rólega út í þeytta rjómann og hrært stöðugt í - og svo er hunanginu og rommilminum hrært saman við.
4. Þessum massa er síðan hellt í ísvél (þessi uppskrift ein og sér er næg ástæða til að kaupa einn ef þú átt hann ekki nú þegar) og frystur rólega í rjómakenndan, þéttan ísmassa.

## 31. Marilyn ís

**Hráefni fyrir 6 skammta**

- 250 ml þeyttur rjómi
- 6 jógúrt
- 250 g apríkósur, rifnar
- 1 romm
- 5 Sykur (fer eftir sætleika ávaxta)
- 1 stk egg (heilt)
- 3 STK eggjarauðu **undirbúningur**

1. Maukið apríkósurnar með jógúrtinni og romminu (má líka sleppa) í blandara.
2. Blandið eggjarauðu, eggi og sykri saman í vatnsbaði þar til það er froðukennt og hrærið köldu vatni saman við.
3. Hrærið apríkósumaukinu út í eggjablönduna og blandið saman við þeytta rjómann.

4. Setjið blönduna inn í frysti í að minnsta kosti 4 tíma, hrærið öðru hvoru.
5. Látið þiðna í 15 mínútur áður en það er borið fram.

## 32. Steiktur ís

**Hráefni fyrir 6 skammta**

- 1 pakki af laufabrauði
- Öku af súkkulaðibitum
- 500 ml af olíu til djúpsteikingar
- 1 stykki af eggjarauðu
- 1 verð á salti
- 400 g ber
- 2 msk flórsykur **undirbúningur**

1. Skerið kúlur úr ísnum, setjið kúlur aftur í frysti og frystið vel.
2. Hitið olíuna í breiðum potti (veljið pottinn þannig að hægt sé að baka ísbolluna í honum).

Blandið eggjarauðunum saman við smá salti. Fletjið smjördeigið út með enn þynnri kökukefli (2 mm) og skerið í ferninga.

3. Setjið skeið af vel frosnum súkkulaðiís á hvern. Þrýstið smjördeiginu vel utan um ísbolluna, penslið síðan eggjarauðuna á kúluna og steikið þar til gullið er í heitri olíu.
4. Dreifið nokkrum berjum á hvern disk. Affitaðu djúpsteiktu ísbolluna á eldhúsrúllustykki, raðaðu á diskana, stráðu flórsykri yfir og berðu fram.

## 33. Vínar ískaffi

**Hráefni fyrir 9 skammta**

- 1 l bruggað kaffi (kalt)

- 1 bolli þeyttur rjómi
- 1 skot af amaretto líkjör
- 60 g sykur (brúnn)
- 500 g vanilluís
- 1 verðlaun Kakóduft **undirbúningur**

2. Bruggið 1 lítra af sterku kaffi í kaffivélinni eins og venjulega. Þetta er nú sett í kuldann í 2 tíma.
3. Rjóminn er nú þeyttur í skál með hrærivél.
4. Kaffið er blandað saman við sykurinn og amaretto og skipt jafnt á milli glösanna.
5. Taktu nú bita af vanilluísnum með matskeið og settu í hvert glas. (eitthvað leysist mjög fljótt upp)
6. Ennfremur kemur þeytti rjóminn ofan á, Amarettini má setja við glasið sem skraut.

## 34. Appelsínuís

**Hráefni fyrir 4 skammta**

- 1 msk hunang
- 150 ml mjólk
- 600 ml appelsínusafi
- 150 ml þeyttur rjómi
- 1 stk sítróna, safi
- 100 g af **sykurblöndu**

1. Setjið rjómann og mjólkina í pott og hitið. Blandið sykri og hunangi saman í skál.
2. Hellið sjóðandi mjólk og rjómablöndunni út í á meðan hrært er. Setjið þessa blöndu aftur í

pottinn og hitið í um það bil 2 mínútur, hrærið stöðugt í. Blandan má ekki sjóða.

3. Setjið nú blönduna í skál og þeytið vel í fimm mínútur. Bætið um leið appelsínu- og sítrónusafa út í og látið kólna.

4. Blandan verður að vera mjög köld. Hrærið kröftuglega í 10 mínútur í viðbót og bætið safanum út í. Frystið í ísvélinni.

## 35. Valhnetuís

**Hráefni fyrir 4 skammta**

- 2 stk egg (eggjarauða)
- 129 g sykur
- 1 pk vanillusykur
- 100 g valhnetur
- 250 ml mjólk
- 200 g þeyttur rjómi
- 4 cl Hlynsíróp **undirbúningur**

1. Fyrst þarf að hræra eggjarauðunum og sykrinum í skál þar til það verður rjómakennt. Hitið mjólkina á meðan og bætið henni síðan út í eggjasykurblönduna .

2. Blandið öllu vel saman og hitið svo blönduna aftur á eldavélinni en látið suðuna ekki koma upp.
3. Settu síðan í ísskáp í nokkrar klukkustundir.
4. Nú má saxa valhneturnar og riða þær aðeins á pönnu. Þeytti rjóminn er þeyttur þar til hann er stífur og síðan blandað saman við söxuðu hneturnar og hlynsírópið.
5. Hnetublöndunni þarf svo að blanda saman við kælda massann og að lokum í ísvélina.

## 36. Kanilís

**Hráefni fyrir 4 skammta**

- 500 ml sojamjólk
- 400 ml sojaþeyttur rjómi

- 1 pakki af vanillusykri
- 3 teskeiðar af möluðum kanil
- 100 g af sykri
- 2 msk kakótilbúningur _

1. Þeytið sojaþeytta rjómann aðeins í skál (ekki svo hann verði stífur, heldur aðeins ca 1 mínútu svo það verði gott og froðukennt).
2. Blandið svo sykri, vanillusykri, kakói og kanil vel saman í annarri skál og bætið út í sojaþeytta rjómablönduna - blandið öllu vel saman.
3. Settu allt í ísvélina. Bætið alltaf sojamjólkinni út í eftir nokkrar mínútur - þetta losar um ísinn - en það er líka hægt að bæta við mjólkinni áður.

## 37. Sýrður rjómaís

**Hráefni fyrir 4 skammta**

- 2 bollar sýrður rjómi
- 50 ml þeyttur rjómi
- 2 msk vanillusykur
- 1 stk sítrónur
- 2 msk krem fraiche ostur

**undirbúningur**

1. Nuddaðu sítrónuberkinum og kreistu safann úr.
2. Blandið vel saman við afganginn af hráefnunum.
3. Setjið í frysti í nokkrar klukkustundir og látið frysta.

## 38. Sítrónujógúrtís

**Hráefni fyrir 4 skammta**

- 800 g jógúrt (grísk)
- 300 g kornsykur
- 5 bitar af sítrónu
- 2 tsk vanilluþykkni

**undirbúningur**

1. Fyrir ísinn þarf fyrst að kreista sítrónurnar. Blandið síðan jógúrtinni, sítrónusafanum, vanilluþykkni og sykri saman í skál með hrærivél.
   Allt er síðan hellt í hvaða plastílát sem er.
2. Ílátið er síðan sett í frysti í að minnsta kosti 12 klst. Til að gera ísinn extra rjómakenndan

ættir þú að hræra í ísinn á 3 tíma fresti með þeytara.
3. Þetta ferli er endurtekið 4 sinnum, þetta er besta leiðin til að komast að ísnum. Ísinn er tilbúinn eftir 12 tíma í frysti.

## 39. Jógúrt og kirsuberjaís

**Hráefni fyrir 2 skammta**

- 250 g Kirsuber (fryst)
- 200 g jógúrt
- 2 msk hlynsíróp
- 3 teskeiðar af vanillubragði

**undirbúningur**

1. Látið kirsuberin þiðna í um það bil 15 mínútur. Maukið síðan með blöndunartæki þar til það er rjómakennt.
2. Blandið jógúrtinni saman við hlynsírópið og vanillubragðinu og blandið saman við kirsuberjablönduna.

## 40 Piparkökuís

**Hráefni fyrir 6 skammta**

- 500 mg mjólk
- 450 ml rjómi
- 130 g af sykri
- 2 teskeiðar af piparkökukryddi
- 6 stk eggjarauður
- 1 stykki af vanillustöng
- 1 tsk appelsínubörkur, rifinn
- 2 romm
- **g** piparkökugerð

1. Setjið mjólk og rjóma í pott. Opnaðu vanillustöngina og skafðu deigið út. Bætið vanillumassanum út í mjólkina. Hrærið

piparkökukryddinu og sykri út í og látið suðuna koma upp.

2. Þeytið eggjarauður þar til þær eru froðukenndar. Hrærið heitu mjólkurblöndunni hægt út í eggin með þeytaranum. Hellið eggja- og mjólkurblöndunni aftur í pottinn. Hrærið í nokkrar mínútur við vægan hita - ekki sjóða.
3. Hellið mjólkurblöndunni í skál og setjið í kæliskáp í 4 klst.
4. Malið piparkökur í duft og blandið rommi og appelsínuberki saman við. Blandið þessari blöndu saman við kalda eggjarauðu- og mjólkurblönduna og hellið í ísvélina.
5. Búðu til ís í ísvélinni á um 30 mínútum, fylltu síðan í dósir og geymdu í frysti.

## 41. Sojamjólk og vanilluís

**Hráefni fyrir 4 skammta**

- 300 ml vanillu sojamjólk
- 100 ml soja matargerð
- 2 msk agavesíróp
- 2 pk vanillusykur **undirbúningur**

1. Mjólkin og afgangurinn af hráefninu er þeytt í 5 mínútur með hrærivél þannig að sykurinn leysist vel upp.
2. Setjið nú allt í frysti í að minnsta kosti 6 klst. Það er hrært vel annan hvern klukkutíma til að skapa frábæra samkvæmni.

## 42. Bananamolar

**Hráefni fyrir 4 skammta**

- 5 bitar af bananum
- 100 g súkkulaði
- 150 g hveiti
- 80 g sykur, brúnn
- 100 g smjör
- 4 skeiðar af vanilluís

**undirbúningur**

1. Afhýðið bananana og skerið í bita. Saxið súkkulaðið, blandið saman við bananana og setjið í smurt eldfast mót.
2. Forhitið ofninn í 180 gráður á Celsíus .

3. Hnoðið og myljið hveiti, sykur og smjör í höndunum þar til þú færð mola.
4. Setjið þessa mola ofan á bananasúkkulaðiblönduna og bakið í 20 mínútur. Berið fram með vanilluís.

## 43. Heimalagaður kaffiís

**Hráefni fyrir 2 skammta**

- 3 stk eigandi
- 150 g af flórsykri
- 300 ml þeyttur rjómi
- 100 ml espresso **undirbúningur**

1. Útbúið espressó og látið hann kólna.
2. Þeytið rjómann þar til hann er stífur og settur í kæli.
3. Skiljið eggin að. Bætið sykrinum út í eggjarauðuna og hrærið í rjómablöndu með handþeytara. Hrærið í blöndunni í að minnsta kosti 4 mínútur, hún verður góð og rjómalöguð.
4. Hrærið svo rjómanum smám saman út í.

5. Stífþeytið eggjahvítuna og blandið saman við blönduna. Hrærið að lokum köldu kaffinu mjög hægt út í.

6. Setjið ísinn í hæfilegt ílát, setjið filmu eða hæfilegt lok yfir og látið hefast í frysti í að minnsta kosti 5 klukkustundir (eða yfir nótt).

## 44. Nektarínusorbet

**Hráefni fyrir 4 skammta**

- 250 g nektarín
- 3 blóma hunang
- 150 ml eplasafi
- 2 sítrónusafi
- 150 g hindber
- 1 botn af sítrónu smyrsl til skrauts
- 60 g **bláberjagerð**

1. Setjið nektarínur í sjóðandi vatn í 1 mínútu, skolið síðan með köldu vatni. Afhýðið, fjórðu og steinhreinsið ávextina.

2. Maukið ávaxtabitana með hunangi, eplasafa og sítrónusafa. Hellið ávaxtablöndunni í ísvélina sem er í gangi og látið frysta í 15-25 mínútur.
3. Setjið sorbetinn í frystilykil úr plasti og frystið aftur í frysti í 2-3 klst.
4. Í millitíðinni skaltu flokka berin, þvo þau vandlega og þurrka.

## 45. Kókosís

**Hráefni fyrir 4 skammta**

- 300 g þeyttur rjómi
- 400 ml kókosmjólk
- 150 ml agave síróp
- 40 g kókoshópurinn **undirbúningur**

1. Þeytið þeytta rjómann þar til hann er stífur og hrærið afganginum saman við.
2. Sett í frysti í nokkrar klukkustundir.

## 46. Ís með ávöxtum

**Hráefni fyrir 1 skammt**

- 1 sneið af ananas, maukaður
- 6 jarðarber, helminguð
- 1 stykki mandarína, skorin í sneiðar
- 3 bitar af kirsuberjum, helmingaðir
- 0,5 stk ferskja, saxuð
- 5 stk vínber, helmingaðar
- 0,5 tsk sykur
- 1 skot af Cointreau
- 4 spr. Þeyttur rjómi
- 2 skeiðar af jarðarberjaís
- 1 skeið af vanilluís
- 1 skeið af súkkulaðiís

**undirbúningur**

1. Blandaðu árstíðabundnum ávöxtum eins og ananas, jarðarberjum, mandarínum, kirsuberjum, ferskjum, vínberjum o.s.frv. í ávaxtasalat. Kryddið eftir smekk með sykri og Cointreau eða appelsínusafa.
2. Notaðu ísskeið til að skipta á Cremissimo jarðarberja-vanillu-súkkulaðiísnum og ávaxtasalatinu í peruglasi.
3. Skreytið með þeyttum rjóma og nokkrum ávöxtum.

47. Sítrónuís

**Hráefni fyrir 2 skammta**

- 
- 0,5 l sojamjólk
- 200 ml þeyttur rjómi
- 1 stk sítrónu
- 50 g **sykurtilbúningur**

1. Kreistið sítrónuna. Þeytið rjómann þar til hann er stífur og bætið sítrónusafanum út í á meðan hrært er stöðugt.
2. Bætið svo sojamjólkinni og sykri út í og hrærið öllu vel saman. Fylltu blönduna annað hvort í ísvél eða settu hana í frysti.

48. Smjörmjólkurís

**Hráefni fyrir 1 skammt**

- 375 ml súrmjólk
  2 msk hunang
- 1 stk appelsína (hýði ómeðhöndluð)
- 1 stykki af sítrónu (börkur)
- 0,125 l þeyttur rjómi **undirbúningur**

1. Blandið fyrst saman súrmjólkinni, þeyttum rjómanum, hunangi og fínt rifnum börk af hálfri sítrónu og appelsínu og látið kólna vel.
2. Setjið svo í ísvélina og bíðið þar til blandan er orðin rjómalöguð og stíf.

49. Soy Gurt ís

**Hráefni fyrir 2 skammta**

- 250 g sojajógúrt ( sojað )

- 
- 1 STK banani
- 1,5 hunang
   1 STUK sítrónu (lítil, kreist)

**undirbúningur**

2. Maukið allt hráefnið vel með handblöndunartæki og setjið svo í ísvél í 20 mínútur. Allt má líka setja í frysti í að minnsta kosti tvo tíma

## 50. Ávaxtaís á priki

**Hráefni fyrir 10 skammta**

- 400 g ávextir (frystir)
- 3 msk sykur

- 
- 200 g rjómaostur
- 100 g jógúrt
- 1 msk sítrónusafi
  10 stk ísmót **undirbúningur**

3. Þvoið og hreinsið ferska ávexti (þiðið frosna ávexti). Maukið síðan og hrærið 2 msk af sykri saman við.
4. Blandið rjómaosti, jógúrt, sykri sem eftir er og sítrónusafa saman við hrærivélina. Blandið 1/3 af rjómanum saman við ávaxtamaukið.
5. Settu hvíta og rauða rjómaostakremið til skiptis í ísmótin eða jógúrtpottana. Stingið tréspjóti í miðjuna og setjið í frysti í að minnsta kosti 5 klst.

## 51. Jógúrtkirsuberjaís

**Hráefni fyrir 4 skammta**

- 4 skot af fljótandi sætuefni
- 2 bollar af jógúrt
- 300 g kirsuber
- 1 stykki af vanillustöng

**undirbúningur**

1. Þvoið og grýtið kirsuberin, maukið þau í blandara, hrærið jógúrtinni og kvoða af vanillustönginni saman við, kryddið með fljótandi sætuefni og látið standa í frysti í þrjár til fjórar klukkustundir.

## 52. Eggjahrísgrjón

**Hráefni fyrir 6 skammta**

- 2 stk egg
- 1 stk egg (albúm)
- 150 g sykur
- 1 bolli þeyttur rjómi
- 0,25 l Advocaat **undirbúningur**

2. Setjið egg, eggjarauður, sykur og eggjasnakk í skál og þeytið yfir gufu þar til það verður rjómakennt og látið kólna í kæli.
3. Þeytið rjómann þar til hann er stífur og blandið kældu eggjablöndunni saman við. Klæddu hnakk af villibráð með matfilmu og helltu ísnum út í. Frystið í frysti yfir nótt.

## 53. Diet ís með Stevia

**Hráefni fyrir 2 skammta**

- 500 g kvarki (magur)
- 6 msk kakóduft
- 2 tsk vanillusykur
- 3 msk Súkkulaðistökk
- 0,25 tsk sativosíð duft (hvítt)
- 230 g jarðarber (aðrir ávextir)

**undirbúningur**

1. Blandið osti með kakódufti, vanillusykri, stevíu og súkkulaðistökki vel saman í skál.
2. Hreinsið jarðarberin og skerið í litla teninga. Brjótið ávextina saman við ostablönduna og setjið í frysti í 20 mínútur.

3. Hrærið rjómann vel og kælið í 25 mínútur í viðbót. Skiptið svo ísnum á 2 eftirréttsglös og berið fram.

## 54. Raspberry Curd ís

**Hráefni fyrir 4 skammta**

- 200 g hindber (frosin)
- Segðu sætuefni
- 5 msk ostagerð _

1. Látið hindberin þiðna aðeins. Maukið síðan með kvargnum og sætuefninu í handblöndunartæki.
2. Sett í frysti í tvo tíma.

## 55. Ávaxtaríkur jarðarberjasorbet

**hráefni**

- 500 g jarðarber
- 200 g kornsykur
- 1 sítrónu
- 200 ml af vatni
- 250 ml þeyttur rjómi **undirbúningur**

1. Hitið vatnið, strásykurinn og sítrónusafann að suðu og látið malla þar til vökvinn er ca. 150 ml.
2. Þvoðu jarðarberin, flokkaðu þau og maukaðu þau með kældu sykurvatninu, settu þau í ísvél og gerðu ís.
   Massinn verður að vera kaldur!
3. Þeytið rjómann saman og berið fram með jarðarberjasorbetinu.

## 56. Eldarblómaís

**hráefni**

- 4-5 skýli af öldungablómum
- 1/2 stöng af vanillu
- 1 msk sætuefni (fljótandi)
- 100 ml af vatni
- 300 g sýrður rjómi
- 200 g þeyttur rjómi **undirbúningur**

1. Fyrir yllablómaísinn skaltu hrista yllablómið út þannig að ekki séu fleiri dýr í því. Setjið í pott með vatni og sætuefni. Skafið vanillukjötið úr belgnum og bætið út í yllinginn með belgnum.
2. Látið suðuna koma upp, slökkvið á og látið malla í að minnsta kosti hálftíma. Sigtið kalda bruggið af. Blandið þeyttum rjómanum saman

við sýrða rjómann þar til hann er sléttur, helst með handþeytara.
3. Bætið yllablómasoði út í, setjið í kæli í 20 mínútur, hrærið aftur, verður að vera gott og rjómakennt. Hrærið í ís í ísvélinni.
4. Með handfylli af súkkulaðispæni ertu með aldraðan stracciatella ís. Ef þér líkar ekki við sætuefni skaltu taka 75-100 g af sykri.

## 57. Rjómaostaís

**hráefni**

- 500 ml af mjólk
- 100 ml af rjóma
- 1/2 vanillustöng
- 170 grömm af sykri
- 2 eggjarauður

- 120 g rjómaostur (geitarjómiostur) **undirbúningur**

1. Fyrir rjómaostaísinn er mjólk, rjómi og vanillumassa að suðu komið upp í potti, sykur og eggjarauður þeytt yfir vatnsbaðinu þar til það er froðukennt.
2. Hrærið vanillumjólkinni hægt út í eggjarauðublönduna og hrærið þar til blandan þykknar.
3. Takið skálina úr vatnsbaðinu, bætið rjómaostinum út í og bræðið á meðan hrært er í. Látið blönduna frysta í frysti í um 3 klukkustundir áður en rjómaostaísinn er borinn fram.

58. Lightning jarðarberjaís

**hráefni**

- 500 g jarðarber (frosin)
- 250 g jógúrt (náttúruleg)
- 1 tsk vanillusykur
- 2 msk sykur
- 1/2 sítrónu (ósprautað) **undirbúningur**

1. Fyrir jarðarberjaísinn, kreistið safann úr helmingnum af óúðaðri sítrónunni og nuddið berkina. Setjið frosnu jarðarberin í blandara ásamt sítrónuberki og sítrónusafa.

2. Bætið jógúrtinni, vanillusykrinum og sykri út í og blandið öllu vel saman, en eins stutt og hægt er. Berið fram eldingarjarðarberjaísinn strax!

## 59. Jógúrtsorbet

**hráefni**

- 60 g rörsykur
- 2 greinar af myntu
- 400 g jógúrt (3,6%)
- 1 stykki. Sítróna (lífræn, safi)

**undirbúningur**

1. Fyrir jógúrtsorbetið skaltu sjóða sykurinn með 60 ml af vatni í litlum potti. Bætið myntunni út í, takið pönnuna af, setjið lokið á og látið sírópið kólna.
2. Setjið jógúrtina í skál, sigtið kælda sírópið í gegnum sigti, hrærið sítrónusafanum út í og hellið blöndunni í grunna skál.

   Hyljið jógúrtsorbetið með álpappír og setjið í frysti eða frystihólf í kæli.

## 60. Rifsberjasorbet

**hráefni**

- 2 eggjahvítur (ferskar)
- 400 ml kranavatn (kalt)
- 200 ml rifsberjasíróp
- 2 teskeiðar af sykri **undirbúningi**

1. Fyrir rifsberjasorbetið, aðskiljið fersk lífræn fríhveiti egg og setjið til hliðar eggjarauðurnar. Þeytið eggjahvíturnar með sykri þar til þær eru stífar. Blandið vatni saman við síróp og blandið varlega saman við eggjahvítumassann.
2. Bara brjóta saman. Farið í frystinn. Hrærið varlega á klukkutíma fresti. Þar til kristallar myndast. (Tímalengd: ca. 4 klst.) Þeytið að

lokum þar til rjómakennt með handþeytara og hellið í glös. Berið fram strax.

## 61. Súkkulaði og hneta fullkomið

**hráefni**

- 180 g heslihnetur (afhýddar)
- 180 g svart beiskt súkkulaði
- 600 g tvöfaldur rjómi
- 3 stk. Eigandi
- 250 g flórsykur **undirbúningur**

1. Fyrir súkkulaði- og hnetuparfaítinn skaltu fyrst steikja heslihneturnar í ofni í um það bil 5 mínútur. Hristið bakkann aftur og aftur svo hægt sé að steikja þær á öllum hliðum.
2. Látið það síðan kólna og saxið það smátt með stórum eldhúshníf. Þeytið síðan rjómann

tvöfaldan þar til hann er stífur og blandið heslihnetunum saman við.

3. Í annarri skál, þeytið eggjarauður og lítið magn af flórsykri í 10 mínútur þar til froðukennt. Þeytið nú eggjahvíturnar í sitthvoru lagi þar til þær eru hálfstífar og látið afganginn af sykrinum krussa inn og þeytið þar til þær eru stífar.

4. Hrærið brædda súkkulaðinu út í eggjarauðublönduna og blandið smám saman út í creme double og eggjahvíturnar. Hellið blöndunni í 6 frystiþolin mót og hyljið með matarfilmu.

5. Frystið nú í frysti í að minnsta kosti 8 klst. Setjið súkkulaði- og hnetuparfaítana inn í kæli um 10 mínútur áður en þær eru bornar fram svo þær verði aðeins mýkri.

6. Berið svo súkkulaði-hnetu-parfaítana fram og skreytið með myntulaufum ef þarf.

## 62. Oreo ís

**hráefni**

- 200 ml af mjólk
- 250 ml þeyttur rjómi
- 100 g af sykri
- 150 g mascarpone
- 1 pakki af oreo kex **undirbúningi**

1. Fyrir oreo- ísinn, hitið mjólk og sykur að suðu á meðan hrært er. Hrærið mascarponeinu saman við. Látið blönduna kólna.
2. Þeytið þeytta rjómann næstum þar til hann er stífur og blandið varlega saman við. Myljið oreo kexið og hrærið saman við ísblönduna. Frystu ísinn.

## 63. Vanillu kókos möndluís

**hráefni**

- 250 ml nýmjólk
- 1/2 pk af bourbon vanillusykri
- 70 ml bökunarsykur
- 1 stk. Dóttir
- 250 ml þeyttur rjómi (12% fita)
- 2 msk vanillubúðingduft
- 100 g kókoshnetuhópur
- 50 g möndlur (stykki) **undirbúningur**

1. Fyrir vanillu-kókos-möndluísinn skaltu sjóða mjólkina með vanillusykrinum í nokkrar mínútur. Blandið síðan sykrinum saman við eggjarauðuna og vanillubúðingarduftinu og hrærið smá af soðnu mjólkinni saman við.

2. Bætið smám saman meira og meira af volgu mjólkinni út í þar til öll mjólkin er komin inn í. Látið massann kólna, blandið kókosflögum og möndlum saman við ásamt þeyttum rjóma.
3. Settu síðan í ísvélina.

## 64. Jarðarberjamjólkurís

**hráefni**

- Jarðarber
- mjólkurgerð _

1. Fyrir jarðarberjamjólkurísinn skaltu fjarlægja jarðarberin af stilknum og skera í litla bita. Setjið jarðarberin í hátt ílát og bætið við nægri mjólk til að hylja jarðarberin.
2. Maukið þar til blandan er jöfn og án bita. Fyllið í form og setjið í frysti í 3-4 klst.

## 65. Bananaíssúkkulaði með heitri kókosfroðu

**hráefni**

- 100 g súkkulaði (dökkt, 70%)
- 100 g mjólkursúkkulaði
- 800 ml kókosmjólk (ósykrað)
- 150 ml þeyttur rjómi
- 50 grömm af sykri
- 2 bananar (þroskaðir)
- 1 tsk vanillumauk
- Súkkulaðibitar     (til að skreyta)

**undirbúningur**

1. Fyrir bananaíssúkkulaðið, saxið súkkulaðið. Hitið kókosmjólk með vanillumassa og sykri.

Hellið 200 ml af því fyrir froðuna. Takið pottinn af hitanum, hrærið söxuðu súkkulaðinu út í kókosmjólkina og bræðið í því.

2. Setjið blönduna í frysti í klukkutíma. Hrærið af og til. Afhýðið bananana, skerið í litla bita og bætið út í kókosmjólkurblönduna.
3. Blandið öllu vel saman með handþeytara. Skiptið ísúkkulaðið í glös. Hitið vistuðu kókosmjólkina aftur í háum potti og blandið þar til froðukennt með handþeytara.
4. Smyrjið kókosfroðu á ísinn bananasúkkulaðið með skeið og skreytið með súkkulaðibitum.

## 66. Rúsínujógúrtís

**hráefni**

- 350 ml Marese
- 300 ml náttúruleg jógúrt

- 110 g flórsykur
- 1 vanillustöng (grautur)
- 1/2 sítróna (safi)
- 50 g rúsínur (hakkaðar) **undirbúningur**

1. Fyrir rúsínu- og jógúrtísinn skaltu frysta Maresi í 2 klst. Mjólkin á bara að frjósa svo þú ættir að hrista hana öðru hvoru til að hún frjósi ekki alveg.
2. Þeytið Maresi með sleifinni. Blandið saman jógúrt, vanillumassa, flórsykri og sítrónusafa þar til sykurinn er alveg uppleystur.
3. Bætið jógúrtblöndunni smám saman út í þeytta Maresi og haltu áfram að þeyta.
4. Bætið að lokum rúsínunum út í og frystið blönduna í hálftíma.
5. Kláraðu ísblönduna í ísvélinni og láttu svo rúsínuna og jógúrtísinn stífna í frysti.

## 67. Fljótur Nutella ís

**hráefni**

- 250 ml þeyttur rjómi
- 200 ml náttúruleg jógúrt
- 8 Nutella **undirbúningur**

1. Fyrir fljótlega Nutella ísinn skaltu blanda þeyttum rjóma, jógúrt og Nutella saman við hrærivélina. Hellið í mót og frystið þar til blandan er orðin stíf.

## 68. Rjómalöguð döðluís

**hráefni**

- 10 döðlur (lífrænar Medjool, stórar)
- 1 lítra af vatni **undirbúningi**

2. Fyrir rjómalaga döðluísinn skaltu fjarlægja kjarna úr döðlunum og setja í lokanlegt ílát (stór múrkrukka er tilvalin fyrir þetta). Hellið vatninu út í og helst látið liggja í bleyti yfir nótt. 4 tímar eru nóg ef þarf.

3. Hellið nú ólitaða hluta vatnsins varlega af. Tæmið brúna, mislita hlutann, sem döðlurnar hafa þegar gefið af sér ilm, í blandarann. Fjarlægðu hýðið af döðlunum. Þetta leysist nú mjög vel upp. Setjið skrældar döðlur í

hrærivélina og látið blandast í um það bil 1 mínútu á hæstu stillingu.
4. Hellið blöndunni í lokað plastílát og setjið í frysti í um það bil 6 klukkustundir. Hrærið nokkrum sinnum á milli og athugaðu hversu djúpt blandan er frosin.
5. Berið fram og njótið rjómalaga döðluíssins.

## 69. fín súkkulaðisósa

**hráefni**

- 50 g Nutella
- 100 ml þeyttur rjómi
- 1 pakki af vanillusykri
- 1 rif(r) af dökku súkkulaði
- 1 msk amaretto **undirbúningur**

1. Fyrir fínu súkkulaðisósuna er Nutella, þeyttur rjómi, vanillusykur og dökkt súkkulaði leyst upp í skál yfir vatnsbaði meðan hrært er stöðugt.

2. Eftir að þetta er orðið að einsleitri massa er fína súkkulaðisósan tekin af hellunni og hreinsuð með amaretto.

## 70. Epli og kanilís

**hráefni**

- 1 bolli þeyttur rjómi (250 ml)
- 1 sítróna (stór)
- 4 epli (lítil, sæt)
- 1/2 msk kanill
- 1/2 bolli flórsykur (125 g)
- 1/8 l **mjólkurtilbúningur**

1. Fyrir epla- og kanilísinn, afhýðið eplin og maukið með mjólkinni. Bætið kanil og sykri út í og hrærið vel.
2. Kreistið sítrónuna. Setjið safa og þeytta rjómann í skál og þeytið þar til rjómakennt (ekki of stíft). Bætið epla- og kanilblöndunni saman við og hrærið aftur.

3. Hellið blöndunni í ísmót og frystið.

## 71. Hindberjakókosís

**hráefni**

- 500 g hindber
- 1 dós(r) af kókosmjólk
- 1 stykki. Sítróna (lífræn)
- Sykur (eftir þörfum)
- **Undirbúningur fyrir** myntulauf

1. Fyrir hindberja- og kókosísinn maukið hindberin mjög fínt og þrýstið þeim síðan í gegnum sigti til að fjarlægja steinana.
2. Hrærið sítrónusafa og -börk saman við kókosmjólk. Blandið þurrkuðu kókoshnetunni saman við. Ef þú vilt geturðu líka sætt ísinn með smá sykri.
3. Vinnið blönduna í ísvélinni samkvæmt leiðbeiningum.

Skreytið með myntu og berið fram.

## 72. Fljótlegur jarðarberjaís með basil

**hráefni**

- 250 ml jógúrt
- 200 g jarðarber
- 60 ml þeyttur rjómi
- 100 ml hunang
- 10 basilíkublöð
- 2 cl berjalíkjör
- 10-12 íspinnar (eða litlar skeiðar)

**undirbúningur**

1. Fyrir fljótlegan jarðarberjaís með basil skaltu fjarlægja grænu jarðarberin, þvo og skera í tvennt. Takið basilíkuna.

2. Blandið jógúrtinni, jarðarberjahelmingunum, þeyttum rjómanum, hunangi, basilíkunni og líkjörnum saman og maukið vel. Hellið blöndunni í lítil mót og stingið ísspinnunum í. Látið stífna í frysti yfir nótt.
3. Takið skálina úr forminu og berið fljótlega jarðarberjaísinn fram með basil.

## 73. Hnetusmjörsís

**hráefni**

- 300 ml af mjólk
- 100 ml mascarpone
- 100 ml þeyttur rjómi
- 3 stk. Dóttir
- 100 g af sykri
- 250 g hnetusmjör
- 1 verð kanill
- saltundirbúningur _

1. Fyrir hnetusmjörsísinn skaltu koma mjólk, mascarpone og þeyttum rjóma að suðu og hræra stöðugt í. Þeytið eggjarauður og hrærið kanil, salti og sykri saman við.

2. Bætið mjólkurblöndunni út í eggjarauðublönduna. Hrærið í rjóma við vægan hita. Látið kólna og setjið í ísskáp í að minnsta kosti 6 klst.
3. Hrærið 150 g hnetusmjör saman við með handblöndunartækinu og hrærið í ísvélinni eftir leiðbeiningum.
4. Hitið aðeins afganginn af hnetusmjörinu og blandið saman við. Frystið hnetusmjörsísinn yfir nótt.

## 74. Jarðarberjamyntusorbet

**hráefni**

- 250 g jarðarber
- 5 msk hunang
- 1 biti af sítrónu

- 1 skot af Cointreau
- 20 myntulauf **undirbúningur**

1. Fyrir jarðarbermyntusorbetið, kreistið sítrónuna, nuddið hýðið af. Fjarlægðu grænu úr jarðarberjunum, þvoðu og skerðu í tvennt.
2. Þvoið myntuna og saxið mest af henni. Maukið bæði með hunangi, sítrónusafa og -berki, Cointreau, fyllið í flatt form og frystið í að minnsta kosti 60 mínútur.
3. Hrærið á 15 mínútna fresti. Mótið bollur með heitri skeið og skreytið jarðarberjamyntusorbetinn með afganginum af myntu.

## 75. Bananamandarínuhristingur með ís

**hráefni**

- 2 bananar
- 2 mandarínur
- 2 vanilluísar
- 250 ml mjólk
- 1 msk hunang
- 1 Verð kanill **undirbúningur**

1. Fyrir banana og mandarínu hrista með ís, afhýða og saxa banana. Afhýðið og fyllið mandarínurnar. Maukið bæði með mjólk.

2. Sætið með hunangi. Banana Mandarin Shake með ís hellið í glös, bætið við vanillukúlum og stráði kanil yfir áður en hann er borinn fram.

## 76. Banana- og mangóís

**hráefni**

- 1 stykki . banani 1 stk. Mangó 1 stk. Nei.
- 60 g hunang
- 60 g af sykri
- 1 pakki af vanillusykri
- 1/4 l þeyttur toppur
- 1 saltdós
- Brotnar (eða möndluflögur til að skreyta) **undirbúningur**

1. Fyrir banana- og mangóísinn er eggið aðskilið og eggjahvítan þeytt með salti þar til hún er stíf. Hrærið eggjarauður saman við hunang, sykur og vanillusykur þar til það verður rjómakennt.

2. Að þeyta rjóma. Flysjið mangóið, fjarlægið kjarnann og skerið í litla bita. Afhýðið og stappið bananann. Blandið öllu varlega saman.
3. Frystið í frysti og látið standa í frysti yfir nótt. Skerið banana- og mangóísinn í sneiðar og skreytið með sneiðum möndlum og núgatíni

## 77. Mjólkurís

**hráefni**

- 250 ml mjólk
- 250 ml þeyttur rjómi
- 150 g fínn kornsykur
- 150 g mascarpone
- 1/2 vanillustöng (kvoða) **undirbúningur**

1. Fyrir mjólkurísinn, látið mjólkina og sykurinn suðu koma upp í potti á meðan hrært er.
2. Hrærið mascarpone og vanillumassa út í og látið suðuna koma upp aftur. Takið pottinn af hitanum og látið blönduna kólna.

3. Þeytið rjómann þar til hann er hálfstífur og blandið honum varlega saman við mjólkurmassann.
4. Frystið í frysti í um það bil 20-30 mínútur, endið síðan í ísvélinni.
5. Mjólkurísinn settu hann í frysti.

## 78. flamberaðir bananar

**hráefni**

- 4 bananar
- 1 appelsína
- 1/2 lime
- 2 msk möndluflögur _ 6 dagar af smjöri
- 4 teskeiðar af sykri
- 2 msk appelsínulíkjör
- 4 skeiðar af vanilluís **undirbúningi**

1. Fyrir flamberaða banana, kreistið lime og appelsínu og blandið saman við sykurinn. Rífið af hýðinu af sítrusávöxtunum og bætið út í sykursafann.

2. Ristið möndluflögurnar á þurri pönnu þar til þær eru ljósbrúnar og leggið til hliðar.
3. Afhýðið bananana, skerið í tvennt eftir endilöngu. Hitið smjörið á pönnu við meðalhita. Steikið bananana á báðum hliðum. Takið af hitanum, hellið safanum út í og látið bananana standa í nokkrar mínútur.
4. Stráið möndluflögunum yfir bananana áður en þeir eru bornir fram. Hitið líkjörinn yfir heitara og kveikið í. Hellið yfir bananana á meðan þeir brenna.
5. Berið fram flambaða banana með vanilluís!

79. Nutella ís á priki

**hráefni**

- 1/4 l mjólk
- 2 msk kakóduft
- 3 Nutella
- 1/2 salt fals **undirbúningur**

1. Fyrir Nutella ísinn, setjið allt hráefnið í blandarann og blandið vel saman.
2. Setjið vökvann í frysti og bíðið þar til Nutella ísinn er orðinn harður.

## 80. Grænn bananaís

**hráefni**

- 6 bananar (þroskaðir)
- 2 handfylli af barnaspínati

- nokkur **vatnsundirbúningur**

1. Fyrir græna bananaísinn, maukið bananana með spínatinu og smá vatni í blandara. Setjið í frysti í 3 til 4 klukkustundir og berið fram.
2. Þú getur líka fryst bananana fyrir græna bananaísinn í bita þar til þeir eru hálffrosnir. Gefur örlítið rjómameiri samkvæmni.

## 81. Berjaþeyttur rjómaís

**hráefni**

- 500 ml heil mig
- 500 g þeyttur rjómi
- 400 g af sykri
- 4 eggjarauður
- 150 g ber
- 1 msk vatnsblandun _

1. Fyrir berja- og rjómaísinn er mjólk, þeyttur rjómi og 225 g sykur látinn koma upp í potti. Taktu það af eldavélinni.
2. Þeytið eggjarauðurnar í lítilli skál og bætið 5 matskeiðum af rjómablöndunni smám saman út í. Hrærið stöðugt svo eggjarauðan frjósi ekki.
3. Bætið eggjarauðublöndunni út í rjómablönduna sem eftir er og hitið við meðalhita, hrærið stöðugt í. Hrærið þar til blandan þykknar.
4. Sigtið blönduna í gegnum fínt sigti í stóra skál, setjið lok yfir og kælið.
5. Látið suðuna koma upp í millitíðinni með 175 g sykri og 1 msk vatni í litlum potti þar til sósa myndast.
6. Sigtið í gegnum sigti og fargið stórum bitum. Látið kólna í kæli.
7. Setjið kældu eggjarauðuna og þeytta rjómann í ísvél og hrærið í um 20 mínútur.
8. Hellið 1/3 af ísnum í lokanlegt ílát og hellið 1/3 af berjasósunni yfir. Endurtakið tvisvar, endið með berjasósu.
9. Berjaþeytta rjómaísinn hylja og frysta.

## 82. Ávaxtaríkt súrmjólk með ís

**hráefni**

- 1 lítri af súrmjólk
- 250 g bláber
- 3 msk hlynsíróp
- 4 vanilluís
- par af súkkulaðistökkum

**undirbúningur**

1. Fyrir ávaxtaríka súrmjólkina, maukið bláberin með klaka og hrærið vel út í súrmjólkina með hlynsírópinu. Setjið í ísskáp í nokkrar mínútur.
2. Fyllið í fjögur glös, bætið við skeið af vanilluís og berið fram ávaxtaríka súrmjólkina sem er stráð yfir ís og súkkulaði.

## 83. Súkkulaðimjólkurhristingur

**hráefni**

- 4 stykki. Súkkulaði ís
- 100 ml mjólk (kald)
- 60 ml súkkulaðisósa
- 1/2 bolli af þeyttum rjóma
- Súkkulaðistökk (valfrjálst)

**undirbúningur**

1. Fyrir súkkulaðimjólkurhristinginn skaltu fyrst blanda saman ís, mjólk og súkkulaðisósu.
2. Þeytið rjómann þar til hann er stífur.
3. Súkkulaðimjólkurhristingurinn fer í glös og skreytið með þeyttum rjóma og súkkulaðistökki.

## 84. Grasker parfait

**hráefni**

- 0,25 sítrónu (safi)
- 40 ml kantsteinar
- 200 g olíugrasker (grænt, roðlaust hold)
- 150 grömm af sykri
- 2 egg
- 4 eggjarauður
- 60 ml af kirsuberjum
- 500 ml rjómi (þeyttur)
- 1 grein(ir) af myntu

**undirbúningur**

1. Fyrir graskersparfaitið, sjóðið olíugraskerið með 50 g sykri, graskerslíkjör og safa úr einni sítrónu.
2. Þeytið 100 g sykur, egg, eggjarauður og kirsch þar til kalt og blandið rjómanum saman við blönduna.
3. Fylltu parfaitformið og frystið.
4. Skreytt graskersparfaitið með myntu og berið fram.

## 85. Frosin kaffimús

**hráefni**

- 4 egg (aðskilin)
- 6 msk sykur
- 2 msk kaffi (instant)

- 275 ml þeyttur rjómi
- smá þeyttur rjómi (til að skreyta)

**undirbúningur**

1. Fyrir kaffimúsina, þeytið eggjarauður með 4 msk af sykri þar til þær eru léttar og froðukenndar. Haltu skálinni yfir tvöföldum katli og haltu áfram að þeyta þar til blandan þykknar. Hrærið kaffiduftinu út í, takið úr vatnsbaðinu og látið kólna.
2. Þeytið þeytta rjómann í stórri skál þar til hann er stífur og blandið saman við eggjablönduna. Stífþeytið eggjahvíturnar og hrærið afganginum af sykrinum saman við. Blandið eggjahvítunum varlega saman við kaffiblönduna.
3. Hellið blöndunni í eftirréttarglös og setjið í frysti í að minnsta kosti 1,5 klst. Taka skal moussen úr frystinum tuttugu mínútum áður en hún er borin fram. Til að bera fram, skreytið kaffimúsina með smá þeyttum rjóma.

## 86. Pistasíuís á hlaupi

**hráefni**

- 1 pakki af skógarhlaupi
- 3/4 tsk sætuefni (eða sykur)
- 1 papaya (lítil)
- 1 kíví
- 1 banani (miðlungs)
- 1 sítróna (safi)
- 1 msk valhnetur (hakkaðar)
- 500 ml pistasíuís
- Þeyttur rjómi

**undirbúningur**

1. Fyrir pistasíuísinn á hlaupinu, útbúið skógarhlaupið eins og lýst er á umbúðunum og

dreifið því jafnt í tarteltuform. Látið kólna, takið úr forminu og raðið á plötuna.

2. Afhýðið og saxið papaya, kiwi og banana, blandið síðan saman við sítrónusafa og sætuefni.
3. Setjið ávaxtasalatið í hlaupformin og hyljið með ísbollum.
4. Skreyttu pistasíuísinn með þeyttum rjóma til að búa til hlaup.

## 87. Kókosís úr kvarki

**hráefni**

- 100 g kókosskeljar
- 400 ml af mjólk
- 3 msk kornsykur
- 500 g kvarki **undirbúningur**

1. Fyrir kókosísinn sem byggir á kvarki skaltu koma kókosflögunum og mjólkursykrinum í stutta stund að suðu í potti, láta hann standa í klukkutíma og kólna.
2. Hrærið kvarkinu saman við með sleifinni. Setjið blönduna í skál í frysti í 4 klukkustundir, hrærið af og til þar til hún er hálffrosin . Setjið kókosísinn á botninn á pottinum í rjómaís og berið fram strax.

## 88. Blóðappelsínusorbet með grænu epli

**hráefni**

- 500 ml blóðappelsínusafi
- 1 stykki. Acorns
- 1 msk kornsykur
- 4 msk sykursíróp
- 2 cl Campari
- 2 stk. Græn epli
- 1 tsk flórsykur
- 1 skvetta af lime safa **undirbúningi**

1. Fyrir blóðappelsínusorbet með grænu epli, síið appelsínusafann í gegnum sigti. Þeytið eggjahvítur með sykri til að mynda snjó. Blandið appelsínusafanum saman við

sykursírópið (1/2 lítri af vatni og 1/2 kíló af strásykri soðið í 5 mínútur - má líka útbúa fyrirfram) og Campari, blandið eggjahvítunni saman við. Frystið allt í ísvélinni þar til það verður rjómakennt.

2. Þvoið eplin og rífið þau gróft með raspi . Blandið flórsykri og limesafa saman við og látið frysta aðeins í frysti í um 45 mínútur.

3. Berið eplin fram með sorbet og skreytið að vild.

89. Jarðarberja- og hindberjaís

**hráefni**

- 2 bollar jarðarber (fersk eða hugsanlega frosin)
- 2 bollar af hindberjum

- 3/4 bolli (s) appelsínusafi (nýkreistur)
- 1/2 bolli (s) mjólk
- 1/4 bolli (s) hunang
- 2 eggjahvítur
- 1 msk hunangs **undirbúningur**

1. Þvoðu jarðarberin og fjarlægðu grænmetið.
2. Maukið jarðarber, hindber, appelsínusafa, mjólk og 1/4 bolli hunang saman. Farið í gegnum sigti ef þarf.
3. Hellið blöndunni í mót og frystið í 2 til 3 klukkustundir eða þar til blandan er orðin solid.
4. Stífþeytið eggjahvítan þar til hún er stíf og hrærið hunanginu rólega saman við um leið og hún hefur stífnað.
5. Setjið skál í ísköldu vatni og hellið frosna massanum út í. Þeytið ísinn með þeytara þar til hann er sléttur. Ef nauðsyn krefur, brjóta frosna massann í stóra bita fyrirfram. (Mikilvægt er að massinn haldist vel kældur svo að ískristallarnir bráðni ekki.)
6. Hrærið eggjahvítunni varlega út í þeyttu blönduna.
7. Hellið ísinn aftur í formið og frystið í 6 til 8 klukkustundir.

## 90. Jarðarberjaís með rommi

**hráefni**

- 300 g jarðarber
- 175 g flórsykur (ef nauðsyn krefur, skiptu helmingnum út fyrir frúktósa)
- 20 ml romm
- 1 msk sítrónusafi
- 250 ml þeyttur rjómi
- **pakki** af vanillusykri

1. Þvoið jarðarberin, fjarlægið grænmetið og maukið.
2. Hrærið flórsykri, rommi og sítrónusafa saman við.

3. Þeytið rjómann með vanillusykri þar til hann er stífur og blandið saman við jarðarberin.
4. Frystið í skömmtum.

## 91. Hvítur kaffiís

**hráefni**

- 3 eggjarauður
- 60 g af sykri
- 100 ml þeyttur rjómi
- 200 ml af mjólk
- **10 kaffibaunir undirbúningur**

1. Fyrir kaffiísinn skaltu setja hrærivél ísvélarinnar tímanlega í frysti (ca. 12 tímum áður!). Þetta skref er ekki nauðsynlegt ef þú ert með þægilega vél sem kólnar sjálf.
2. Fyrir ísinn skaltu sjóða þeytta rjómann, mjólk og sykur. Bætið nú kaffibaunum út í massann og látið allt standa í kulda í um 10 tíma.

3. Skiljið eggin að og hrærið eggjarauður þar til þær eru froðukenndar. Áður en þú klárar skaltu sía vökvann í gegnum sigti og hita aftur. Hrærið eggjablöndunni hægt út í heitan vökvann.
4. Frystið kaffiísinn í ísvél og klárið.

## 92. bakaður ís

**hráefni**

- 1 stykki af kexbotni (tilbúið)
- apríkósu sultu
- 1 msk romm
- 4 stykki. Acorns
- 150 grömm af sykri
- Ís (að vild)
- 250 g hindber
- **Undirbúningur** við flögaðar möndlur

1. Fyrir bakaða ísinn, skera út disk sem er 15x30 cm frá svampbotninum. Þeytið botninn með rommi og hjúpið apríkósasultu yfir. Dreifið helmingnum af hindberjunum ofan á. Hellið nú

klakanum yfir og dreifið restinni af hindberjunum yfir.

2. Þeytið eggjahvíturnar með sykrinum í stífan snjó. Hellið í sprautupoka og hyljið ísinn með honum.
3. Dreifið möndluflögunum ofan á og bakið í ofni við 240°C.
4. Berið síðan bakaða ísinn fram strax.

## 93. Ávaxtate ís

**hráefni**

- 600 ml af vatni
- 60 g ávaxtate
- 1 pakk af rjómajöfnunarefni
- 250 g af rjóma
- 1 pakki af vanillusykri
- 100 g jógúrt (náttúruleg)
- 100 g reyrsykur
- 6 ml romm
- 1/2 vanillustöng (kvoða af honum)
- Súkkulaði (rifin, til að skreyta)

**undirbúningur**

1. Fyrir ávaxtateísinn skaltu hella teinu í 2 síupoka með sjóðandi vatni og láta það malla í 3 klukkustundir. Svo slappaðu af.
2. Hellið teinu í ísvélina og hrærið, bætið romminu og jógúrtinu rólega út í. Þeytið svo þeytta rjómann með vanillumassanum og rjómastífunni þar til hann er stífur. Bætið sykrinum í ísvélina sem er í gangi þannig að það verði rjómakennt magn. Eftir um 25 mínútur er þeyttum rjómanum blandað hægt saman við.
3. Hrærið svo öllu saman í 5 mínútur í viðbót, eftir um 15 mínútur hellið því í ísmótið og látið ávaxtateísinn frysta í 3 tíma við -10 gráður. Skreytið með súkkulaðiflögum áður en borið er fram.

## 94. Sýrður rjómaís

**hráefni**

- 500 g sýrður rjómi
- 6 bitar af lime (safi)
- 1 msk mjólkurduft
- 2 msk crème fraîche
- 150 ml engifersíróp
- 2 msk púðursykur (hrúgaður)

**undirbúningur**

1. Blandið öllu hráefninu varlega saman og sigtið í gegnum sigti til að koma í veg fyrir að kekkir komist í ísinn. Kláraðu í ísvélinni.

## 95. Hvítur súkkulaðiís

**hráefni**

- Rjómaís grunnuppskrift
- 350 g súkkulaðidropar (hvítir)
- 100 g kakókrem **tilbúningur**

1. Útbúið grunnuppskriftina fyrir hvíta súkkulaðiísinn.
2. Leysið hvítu súkkulaðidropana upp í heitu blöndunni og smyrjið með Creme de Kakó.
3. Látið kólna og frystið í ísvélinni.

## 96. Sýrður rjómaís

**hráefni**

- 500 g sýrður rjómi 150 g flórsykur
- 50 g Schlagobers
- 60 ml sítrónusafi (eða limesafi) **undirbúningur**

1. Fyrir sýrða rjómann skaltu blanda öllu hráefninu saman og frysta.

## 97. Appelsínutruffluhrísgrjón

**hráefni**

- Rjómaís grunnuppskrift
- 220 g appelsínusúkkulaðibitar
- 50 ml appelsínulíkjör **undirbúningur**

2. Útbúið grunnuppskriftina að appelsínu- og truffluísnum.
3. Leysið appelsínusúkkulaðidropana upp í heitu blöndunni og kryddið með appelsínulíkjörnum.

## 98. Lime truffluís

**hráefni**

- Rjómaís grunnuppskrift
- 220 g lime súkkulaðidropar
- Sítrónu- eða limelíkjör (til bragðefna)

**undirbúningur**

1. Útbúið grunnuppskriftina að lime-truffluísnum.
2. Leysið lime súkkulaðidropana upp í heitu blöndunni og bragðbætið með sítrónu eða lime líkjör.
3. Látið kólna og frystið í ísvélinni.

## 99. Plómu- og appelsínuís

**hráefni**

- 800 g plómur ( þroskaðar) 200 ml af vatni
- 75 grömm af sykri
- 1 appelsína (stór)
- 1 eggjahvíta (lítil) **undirbúningur**

1. Fyrir plómu- og appelsínuísinn skaltu fyrst koma plómunum, sykri og vatni að suðu í potti. Lækkið síðan hitann og látið malla í um 5 mínútur.
2. Kreistið appelsínuna á meðan.
3. Þegar plómurnar eru orðnar mjúkar, maukið þær með appelsínusafanum, hellið þeim í

grunna skál, látið þær kólna og setjið í frysti í nokkrar klukkustundir þar til blandan er næstum föstu (hálffrosin).

4. Þeytið eggjahvíturnar þar til þær eru stífar og hrærið í. Plómurnar og appelsínuísinn frjósa alveg.

## 100. Vanilluís með pistasíuhnetum

**hráefni**

- 1 vanillustöng (skafinn kvoða og fræbelgur)
- 85 ml af mjólk
- 1 tsk pipar (svartur)
- 50 g pistasíuhnetur (ristaðar, saltaðar, smátt saxaðar)
- 270 ml þétt mjólk (sætt)
- 500 ml þeyttur rjómi (þeyttur þar til hann er stífur) **undirbúningur**

1. Fyrir vanilluísinn með pistasíuhnetum skaltu fyrst hita mjólkina með vanillumassa, fræbelg og pipar þar til hún er næstum að sjóða. Leggið

til hliðar og látið malla í um stundarfjórðung. Fjarlægðu síðan belginn.
2. Hrærið saman niðursoðnu mjólkinni og pistasíuhnetunum. Blandið þeyttum rjómanum saman við. Vanilluísnum með pistasíuhnetum er dreift yfir 4 ramekin og í nokkra klukkutíma, helst yfir nótt, fryst.

www.ingramcontent.com/pod-product-compliance
Lightning Source LLC
Chambersburg PA
CBHW050234120526
44590CB00016B/2080